# Binibini

Ryan Kim Regoya

**Ukiyoto Publishing**

All global publishing rights are held by

**Ukiyoto Publishing**

Published in 2024

Content Copyright © Ryan Kim Regoya

**ISBN 9789362696922**

*All rights reserved.
No part of this publication may be reproduced,
transmitted, or stored in a retrieval system, in any form
by any means, electronic, mechanical, photocopying,
recording or otherwise, without the prior permission of
the publisher.*

*The moral rights of the authors have been asserted.*

*This is a work of fiction. Names, characters, businesses,
places, events, locales, and incidents are either the
products of the author's imagination or used in a fictitious
manner. Any resemblance to actual persons, living or
dead, or actual events is purely coincidental.*

*This book is sold subject to the condition that it shall not by
way of trade or otherwise, be lent, resold, hired out or
otherwise circulated, without the publisher's prior
consent, in any form of binding or cover other than that in
which it is published.*

www.ukiyoto.com

*To Jimmy Maagad and Gwyneth Peligrino*
*Thank You So Much*

1954

Sa Bayan Ng San Hermulo na kung saan namanhikan si Ginoong Hajimmie sa kanyang pinakamamahal na babae na si Binibining Gwyneth.

Isang matandang kaugaliang Pilipino ang "Pamanhikan". Ito ay ang mahusay na paghingi ng pahintulot ng magulang ng lalaki sa magulang ng babae sa isang pag-iisang dibdib. Ang kasal ay sagradong bagay at ang mga paghahanda pa lamang para sa dakilang okasyong ito ay humahabi na ng magaganda at makukulay na mga pagtitipon at pagdiriwang.

Ang pamanhikan ay galing sa salitang panhik at kaugnay rin ng salitang mamamanhik na may kahulugang makikiusap. Hindi basta't papanhik sa bahay, kundi makikiusap pa sa mga magulang ng dalaga upang tulutan nang maipakasal ang kanilang anak na dalaga.

Nakaupo ang dalawang pamilya para sa paghahanda,kasama na dito ang mga bisita at mga kilalang tao na bahagi na rin ng kanilang buhay.

"Ikinagagalak kong makita ang iyong pinakamamahal na ina Ginoong Hajimmie." Panimula ng ina ni Binibining Gwyneth.

"Ang usapan sa gabing ito ay dapat na magbubunga ng halaga at tuwiran sa pagitan ng dalawang nag-iibigan - Bungad ni Donya Veronica na may mahinang pananalita, at diretso ang tingin kay Donya Isabela ang Mapagmahal na Ina ni Ginoong Hajimmie.

"Natutuwa akong masaya tayong lahat sa kanilang desisyon at kahahantungan ng kanilang pagmamahalan."
- Donya Isabela

Tahimik lang na nakatingin sa isa't -isa sina Binibining Gwyneth at Ginoong Hajimmie.

"Ngunit ipapaalala ko lang sayo, Binibini ayokong sa oras ng inyung kasal ay biglang masasaktan ang anak ko sa mga desisyon na bumabagabag sa iyo - Donya Veronica. Nang matapos magsalita si Donya Veronica ay napatayo naman si Donya Isabela na diretso ang tingin kay Donya Veronica.

" At bakit mo nasabi ang mga bagay na iyan? Hindi kailanman mananakit ang anak ko at ang mga desisyon niya ay kusang totoo at wala itong halong panloloko Malakas na boses ni Donya Isabela.

" Buong - buo na ang aking desisyon ang magpakasal magkaroon ng sariling pamilya kasama si Hajimmie na aking sinta " Panimula ni Binibining Gwyneth
" Aalagaan at iingatan ko po ang inyong anak yun ang pinangako ko sa kanyang mga kamay na saksi ang mga tala at buwan sa ibabaw" - Panimula ni Ginoong Hajimmie sa lahat.


Ginoo!! Lumabas ka!! Alam kung nandyan ka. Malakas na Boses ng isang babae.
Nang marinig ni Ginoong Hajimmie ay tumayo ito at lumabas nang mabilis mula sa kanyang pagkakaupo, sumunod naman si Binibining Maria at kanyang pamilya kasama si Donya Veronica.

"Anong eskandalo ito babae?!! Malakas na boses ni Donya Isabela sa Babae.
" Nandito ako para ipaalam sa inyong lahat na ako ang nag-iisang iniibig ng ginoo"

Nang matapos magsalita ang babae ay agad na napatingin si Binibining Gwyneth kay Ginoong Hajimmie at ito'y umalis patungo sa kanyang silid.

# Contents

| | |
|---|---|
| KABANATA 1 ANG KAARAWAN NI LOLA PASING | 1 |
| KABANATA DALAWA ANG LIBRO | 6 |
| KINABUKASAN | 7 |
| CANTEEN | 11 |
| KINABUKASAN | 24 |
| KABANATA TATLO LIBRARY | 26 |
| BINIBINING GWYNETH | 27 |
| KABANATA APAT SIKRETO | 37 |
| KABANATA LIMA SI LOLA MINDA | 56 |
| KABANATA ANIM ANG PAMAMAALAM | 65 |
| " WAKAS " | 69 |
| *About the Author* | *71* |

# KABANATA 1 ANG KAARAWAN NI LOLA PASING

*2016*

*" Abala ang lahat sa paghahanda ng kaarawan ni Lola Pasing, may nagluluto, nag-aawitan, nagsasayawan at naglilinis, pero isa lang ang hindi abala sa paghahanda ang pinakamamahal na Apo ni Lola Pasing na si Gwen.*

GWEN
*Nasa kwarto lang ako, nakahiga habang hawak ang cellphone ko. Hindi naman nila ako masisi kasi hindi naman ako magaling magluto, wala din akong hilig sa pagsasayaw, siguro pag like at pag post ng mga picture at pag share ng face ni Jimmy ang boyfriend ko!!! Char!! hindi crush ko lang pero sa totoo lang sobrang gwapo talaga niya, alam mo yung feeling na gusto mong hawakan yung face niya, i mean ang baby face. Pero kahit na hindi niya ako pansinin basta araw-araw ko siyang makikita sa phone ko okay na ako dun at tsaka schoolmate ko din naman siya so okay lang.*

"Anak! Gwen lumabas ka muna diyan, puntahan mo lola mo" Bungad sa akin ni Mama na sinira ang moment ko. Tumayo agad ako at inayos ang buhok

ko pagkatapos ay lumabas patungo sa kwarto ni Lola Pasing. Nakahiga lang si Lola Pasing at abala sa pagsusuklay ng kanyang buhok.
" Lola ako na diyan" Panimula ko kay lola na lumapit agad sa kanya. Tumayo si lola mula sa pagkakahiga at umupo sa kanyang kama.

"Lola, Happy 80th birthday" sabay yakap kay lola"
" kumusta ka na? - Mahinang boses ni Lola Pasing.
" Naku! Lola okay lang po ako, basta okay po ang lola ko Malakas na boses ko na may kasamang ngiti.
" Lagi kang mag-iingat apo ha? Huwag lalaki ang ulo - Bungad sa akin ni Lola na hinawakan ang kamay ko.
" I love you lola ko" at niyakap ko nang mahigpit si Lola. Ilang minuto ay pumasok si Mama na may hawak na damit.
" Ma, magbihis kana, ito o, binilhan kita ng damit " Lumapit si Mama sa amin at ipinakita ang binili niyang damit kay Lola. Isang malaking casual dress ang binili ni Mama para kay Lola.
" Ma, ang sexy naman tignan ni Lola Pabiro ko kay Mama na natuwa naman si Lola.
" Mapagbiro talaga itong anak mo Cecel Apo pwede mo bang kunin sa Aparador ang paborito kung sinusuot pag birthday ko" Mahinang pagbigkas ni Lola. Binuksan ko ang aparador at kinuha ko ang

Modern Filipiniana Dress ni Lola. Na kulay Kayumanggi

The Filipiniana dress is a traditional Filipino dress for women that can be identified as having puffy butterfly sleeves, a plain blouse, a long skirt (saya), and a panuelo (a cloth of square shape used as a head covering or head scarf) that is worn over the shoulders. A Filipiniana is a lightweight layering piece you can wear at formal events. It's especially a great piece to wear during government parties, special masses, or weddings. However, did you know that you can style a Filipiniana with a modern twist? Since it's thin and lightweight, you can easily wear it over a tank top and shorts or with a pair of linen pants and top.

" Tinulungan ko sa pag-aayos at paghahanda si Lola Pasing. Nilagyan ko ng kunting make-up ang mukha ni lola, kunti lang ang nilagay ko kasi hindi naman mahilig si Lola sa make-up **dahil naniniwala siya na ang ganda ng isang babae ay hindi dapat ito tinatago.**

*Nakatingin sa salamin si Lola habang inaayos ko naman ang kanyang buhok.*

*" Apo kung darating man ang panahon na ako'y kunin na ng ating mahal na panginoon gusto ko ikaw ang mag-aayos sa akin ha? Bungad ni Lola sa akin.*
"Lola, naman huwag nga kayong magsalita ng ganyan, at tsaka lola sasamahan mo pa ako sa altar, magpapakasal pa kami ng Jimmy " - *Pabirong sabi ko kay lola.*
*" Jimmy, sino ba yan? - Lola Pasing*

Sa Isip ko.

"Ano kaba Gwen, pati ba naman sa pag-aayos ng buhok ng lola mo, si jimmy pa rin ang laman ng utak mo, mag concentrate ka nga"

"Wala po lola, kapitbahay po nating bading" *Wala na akong maisip na palusot pasensya kana Jimmy my love ginawa kitang bading sa harap ni Lola, pasensya na talaga.*


Ipina blindfold at inalalayan ko si Lola sa Paglabas, dahil nakahanda na ang lahat para sa gagawing surpresa sa kanya. Dumating na rin si Tita Malou ang ikalawa sa anak ni Lola Pasing kasama ang mataray niyang anak na si Phia.

"Apo sa'n mo ba ako dadalhin. Mahinang pagbigkas sa akin ni Lola.
" Basta po Lola, huwag na maingay - Panimula ko naman sa kanya.

Nasa tapat na kami nang pinto nang pinahinto ko si Lola. Nakapalibot sa kanya ang maraming mga bulaklak at cake na dala nang kanyang mga anak at apo.
Bumilang ako nang tatlo sa pamamagitan nang aking mga kamay at pagkatapos ay inalis ko agad ang maliit na panyo sa mata ni Lola at sumigaw ang lahat para sa inihandang surpresa.

"Happy Birthday Lola Pasing !!!! Sigaw ng lahat
" Lola, Happy 80th Birthday!! Mahal ka namin "
Makikita mo talaga sa mga mata ni Lola kung gaano siya kasaya, kasabay nang mga ngiti na nagmula sa kanyang mga labi. Niyakap siya nang kanyang mga apo at limang anak na naghandog nang kani-kanilang regalo.

# KABANATA DALAWA ANG LIBRO

Umabot din nang apat na oras ang birthday ni Lola, Pagkatapos ay inilalayan ko siya sa kanyang kwarto para makapag pahinga na.

"Apo, maraming salamat ha? Bungad sa akin ni Lola na may kasamang ngiti.
Nakahiga na si Lola at diretso ang tingin sa akin
" Lola, masaya po ba kayo? Panimula ko sa kanya.
" Sobrang saya ko apo" Sabay yakap sa akin.

# KINABUKASAN

*Maaga akong pumasok nang eskwelahan, o well alam ko kasi na maaga din pumasok si Jimmy para mag basketball. Kaya sayang naman kung hindi ko makikita nang maaga ang baby face niya.*

*Nagtago ako likod nang maindoor nang court habang pinagmamasdan siyang naglalaro.*

*Ang gwapo niya talaga, alam mo yung feeling na ang lapit niya tapos ang tangi mo lang magagawa ay pagmasdan siya.*
*Pero natigil ang moment ko nang ginulat ako ni Maria. Ang matalik kong kaibigan.*

*Hoy!! Malakas na boses ni Maria*
*Napalingon agad ako nang diretso sa aking likuran.*
" Ano kaba?!! Aatakehin ako sa puso nito Bungad ko kay Maria na napangiti lang pagkatapos kung magsalita.
" Ano ba kasing ginagawa mo dito, babae may pasok pa tayo - Maria
" Sandali na lang Pakiusap ko kay Maria.
Huwag mo sabihing nandito ka para kay Jimmy? Nako Babae mas inuna mo pa talaga yang kaharutan mo keysa assignment natin Malakas na pagbigkas ni Maria.

" Alam mo, ang gwapo talaga niya " Kinuha ko ang phone ko para ipakita kay Maria ang mukha ni Jimmy.

Sino ba namang hindi mababaliw sa sobrang gwapo nito.
*" Alam mo ikaw, bakit hindi ka pumunta dun at sabihin mo sa kanya na may gusto ka. Bungad sa akin ni Maria.*
Alam kung nagbibiro lang si Maria, pero sa sobrang baliw ko kay Jimmy ay Mabilis agad akong pumunta sa kinaroroonan niya. Nakaupo ito sa bleachers sabay inom nang tubig. Wala akong kabang naramdaman tanging ang pag-asa ko lang na i **follow back** niya ako ang aking pinanghahawakan.

" Hi.. Ang unang salitang lumabas sa bibig ko. Nakayuko lang si Jimmy at feeling ko hindi niya ako narinig dahil sa hina nang boses ko.
" Hi Jimmy !! Malakas na boses ko. Hindi ko alam kung anong pumasok sa isip ko at bakit ako sumigaw, siguro dala narin nang excitement. Mabilis na lumingon sa akin si Jimmy na diretso ang tingin sa akin.

"Yes? Bungad niya.
" A... E... i... O... Hi? Mahinang boses ko. Pagkatapos kung magsalita ay tumayo siya at hinawakan ang balikat ko.

" Hi, May Kailangan ka ba? - Jimmy
"Ahh, Ikaw - Gwen

Sa Isip Ko

Hindi ko na alam kung anong gagawin mo, hinawakan niya ang balikat ko tapos tinanong niya ako kung anong kailangan ko?!! Jimmy naman ikaw ang kailangan ko.

" Ako? Bakit mo ko kailangan? - Jimmy
Sampung segundo din bago bumalik sa normal ang sarili ko.
" Ah, Hindi ang ibig kung sabihin, kung may kailangan ka nandito lang kami sayo mga fans mo, Alam mo naka follow ako sa lahat ng social media account mo at lahat ng mga pictures mo.... Hindi ko na natapos ang aking pagsasalita nang biglang umeksena si Maria at hinila ang kamay ko.

" Besti... Baka kailangan mo na akong i Follow, alam mo naman siguro na male late na tayo" Bungad ni Maria.

Pero kahit malayo na ako nang ilang distansya kay Jimmy ay sa kanya pa rin nakatuon ang aking mga mata.

"Mag-ingat ka " Bungad niya sa akin na may kasamang ngiti.

# **CANTEEN**

Nakaupo kaming dalawa ni Maria habang kumakain.
" Narinig mo ba yung sinabi niya kanina?!! - Gwen
" Ang alin? - Maria
" Sabi niya mag-ingat daw ako, alam mo sa lahat - lahat ng lalaking dumating sa buhay ko yung gwapong yun ang nag-iisang nagsabi sa akin ng ganon" - Gwen
" Alam mo kumain kana, gutom lang yan- Maria

*Hindi ko na alam, parang may kuryenteng dumapo sa katawan ko kapag nakikita ko ang nag-iisang mukha ni Jimmy.*

*Hulyo 1954*

Hindi pa rin lumalabas si Binibining Gwyneth mula sa kanyang silid pagkatapos marinig ang balita nang babae tungkol kay Ginoong Hajimmie.

" Aking sinta, pakinggan mo muna ako" Huwag ka munang magalit sa akin, hayaan mong ipaliwanag ko sayo lahat" Malakas na boses ni Ginoong Hajimmie na nakikiusap sa kanyang irog na si Binibining

Gwyneth. Lumapit naman si Donya Isabela para pakalmahin si Ginoong Hajimmie.

" Hayaan mo muna siyang makapag-isip Ginoo, huwag kang mag-alala hindi magagalit ang anak ko sayo, kung sasabihin mo lamang sa kanya ang totoo na walang halong kasinungalingan" - Bungad ni Donya Isabela kay Ginoong Hajimmie na may kasamang pag ngiti.

Ilang minuto din bago lumabas si Binibining Gwyneth at nakiusap siya sa kanyang pamilya na bigyan mo na sila nang katahimikan ni Ginoong Hajimmie.

" Ako'y nasasaktan sa aking narinig mahal ko. Bungad ni Binibining Gwyneth kay Ginoong Hajimmie nakaharap ito hawak ang kamay nang Ginoo.
" Maniwala ka sa akin mahal ko ikaw lang ang aking iniibig at wala ng iba pa" - Mahinang boses ni Ginoong Hajimmie sa Binibini.

"Sino ang babaeng iyon at ano ang kanyang mga sinasabi kanina tungkol sa iyo? Malalim at may kahulugan ang salitang binitawan niya - Bungad ni Binibining Gwyneth.

" Siya ay anak ng Gobernador, na may lihim na pagtingin sa akin, iniibig niya ako - Ginoong Hajimmie

" Kung ganon, dahil anak siya Gobernador ay ginamit niya ang pangalan o kapangyarihan ng kanyang ama para ika'y makuha lamang sa akin?- Binibining Gwyneth.

" Pinapangako ko mahal, na ako'y sa iyo lamang katulad ng ating pinangako sa isa't isa na habang buhay kitang pipiliin at iingatan " Bungad ni Ginoong Hajimmie.

Ngunit natigil lang ang kanilang pag-uusap nang biglang sumugod na naman ang Babae. At sumigaw nang malakas sa harap ng Bahay.

Ginoo!! Lumabas ka diyan, magpakita ka sa akin. Mabilis na Lumabas at bumaba si Ginoong Hajimmie, sumunod naman si binibining Gwyneth

" Ano itong nabalitaan ko na magpapakasal kana kay Binibining Gwyneth? Panimula ni Binibining Yasmin.

" Tila nakakalimutan mo ang pinagkasunduan ninyu ng aking Ama tungkol sa ating dalawa Ginoo.

" Kung ano man ang napagsunduan namin ni Gobernador Vidanez tungkol sa atin Binibini ay desisyon iyon ng iyong ama at hindi ang aking tunay at tapat na pagmamahal.

Diretso ang tingin ni Ginoong Hajimmie kay Binibining Yasmin, nasa likod naman nang Ginoo si Binibining Gwyneth.
Pagkatapos mag salita nang Ginoo ay umalis naman nang mabilis si Binibining Yasmin sabay iyak.

2016

Nag lelecture ang Proof namin about Psychology. O well boring naman wala na akong ibang ginawa sa upuan ko ng dalawang oras kundi ang mag update ng instagram acct ni Jimmy. Itinago ko ang cellphone ko sa aking libro at nakayuko naman ako para kunwaring nagbabasa talaga. O diba? ganda ng strategy ko. Pero natigil na naman ang moment ko ng umeksena si Maria.
*" Pag tayo talaga makita ni sir Lagot ka. Mahinang boses ni Maria na nasa likod ko.*
*" Shh.. tumahimik ka nga. Panimula ko kay Maria.*

*Pagkatapos ng klase ay naglalakad kami ni Maria palabas ng university.*

" Alam mo ikaw, grabe ka natapos na lang yung lesson puro jimmy pa rin ang inaatupag mo. Malakas na boses sa akin ni Maria na napahinto sa paglalakad.
" Hay, naku! eh boring naman talagang mag explain si sir eh, Panimula ko.
"Baka gusto mo na naman siyang puntahan dun sa court.- Maria
" Buti sinabi mo thank you. Pagkatapos kung masabi ay niyakap ko ng mahigpit si Maria at Umalis.

Malayo palang sa kinaroroonan ko ang basketball court ay naririnig ko na ang boses ni Jimmy.

Iha? sandali…
Isang matandang Babae ang lumapit sa akin. Napatigil ako sa aking paglalakad. Hindi ko alam kung matatakot ba ako o mabibigla.
" Iha? nauuhaw kasi ako, pwede ba akong humingi ng tubig sayo? Panimula ni Nanay sa akin. Mabilis kung kinuha ang lalagyan ng tubig mula sa bag dahil gusto ko na talagang puntahan si Jimmy at binigay ko ito kay Nanay.
" Sa inyo na po yan, huwag po kayong mag-alala kayo pa po ang unang nakainom ng tubig ko, so wala pang

mikrobyo yan. Pabiro ko kay Nanay sabay ngiti. Tatalikod na sana ako papaalis ng biglang hinawakan ni Nanay ang kamay ko.

*" Iha, meron akong mahalagang ibibigay sa iyo, sana alagaan mo ito dahil ikaw ang magbibigay daan at magpapatuloy sa kanilang pag-iibigan" Binigyan ako ni Nanay ng isang libro na kulay kayumanggi at may mga bulaklak sa gilid nito.*

Nagdalawang isip akong tanggapin ang libro dahil marami naman akong libro at masasayang din lang naman dahil hindi ako mahilig magbasa. Pero tinanggap ko na lang, baka ano pang sabihin ni Nanay tungkol sa akin. Kinuha ko ito at nilagay sa bag ko, pagkatapos ay lumingon ako para magpasalamat kay Nanay pero bigla itong nawala.

*" Nay, Nanay"*
*Pagkatapos ay nagpatuloy ako sa aking paglalakad palapit ng basketball court at pumasok.*

Nakita ko na naman ang crush kung si Jimmy na todo sa paglalaro kasama ang mga kaibigan niya. Umupo ako sa bleachers habang pinagmamasdan si Jimmy at kinuha ko ang phone ko para kunan siya ng litrato.

*"Ang gwapo talaga.*
*"What are you doing?" Bungad sa akin ni Phia ang evil cousin ko. Kasama niya ang kanyang mga alagad na sina Becca at Emilyn.*

*" Kinukunan mo ba si Jimmy? Bungad ni Becca na diretso ang tingin sa akin.*
*" May cellphone akong hawak tapos ganito yung posisyon ko malamang kinukunan ko siya - Gwen*
*" Pinapaalala ko lang sayo kapag nalaman ko na may ginagawa kang kalokohan tungkol at para kay jimmy hindi ako magdadalawang -isip na sabihin kay Tita na wala kang ibang inaatupag dito kundi ang kalandian mo!!! Malakas na banat sa akin ni Phia.*

*Sa isip ko*

Ouch!! Ang sakit nun ha? Kung hindi ko lang talaga cousin itong kaharap ko ngayon, talaga makakatikim sa akin to ng sampal at malakas na sipa. Pero self kumalma ka lang tao yang kaharap mo hindi hayop. Alam mo isa lang naman ang ikinagagalit ng babaeng ito sa akin, nagsimula lang naman kasi nung nag-away ang mga magulang namin dahil sa pagmamahal ni Lola Pasing, kulang kasi sa pagmamahal ang Mama ni Phia, kasi nga wala ng ibang ginawa sa buhay kundi ang matulog at maghintay nalang ng pera, ibig sabihin naghihintay lang na bigyan ng pera ng Mama ko. Mahal naman sila lahat ni Lola Pasing pero ang Mama lang talaga ni Phia ang sakit sa ulo ni Lola, sinasagot-sagot niya ito noon, sinasaktan, at sinusuway ang mga utos niya. Pero kahit na ganun mahal na mahal pa rin siya ni Lola. At nagseselos itong si Phia sa akin dahil ako daw ang sobrang mahal ni Lola, na hindi naman totoo pareho lang naman kaming mahal niya, nagkataon lang siguro kasi sa bahay namin namamalagi si Lola at hindi sa bahay nila.

okay back to reality

*" Sa oras na malaman kung may gusto ka kay jimmy lagot ka sakin. Pananakot ni Phia sa akin.*

*" Ahh.. Girls listen up.. Isang malamig na boses ang aking narinig, lumingon ako sa aking harapan at doon ay nakita ko ang mukha ng lalaking pinakamamahal ko si Jimmy. Lumapit si Jimmy sa akin at inablayan ako.*

*" Hi jimmy Panimula ni Becca sa kanya.*
*" Gusto ko lang sabihin sa inyo na Gwen is my girlfriend. Pag-amin niya. Nang matapos siyang magsalita ay hindi pa agad nag sisink -in sa akin ang mga salitang kanyang binitawan.*
*" What?!! Ew!! Bungad ni Phia.*
*Tulala lang ako at nakaharap kay Jimmy na diretso ang tingin sa kanya, nakangiti naman siya.*

" Seryoso ka? Nagpapatawa ka ba? - Phia.
" Yes tama ang narinig niyo girlfriend ko si Gwen"

Wala akong ibang ginawa kundi ang titigan si Jimmy. At mas lalo akong kinabahan nang bigla niyang hinawakan ang kamay ko sabay ngiti. Naiinis naman na nakatingin sa akin si Phia kasama ang kanyang mga alagad.

*" Makakarating ito kay tita - Phia. Pagkatapos magsalita ni Phia ay mabilis agad itong umalis. Hindi parin ako naliwanagan sa nangyari. Totoo ba ito magiging boyfriend ko na ang dating pina follow ko lang. Ilang segundo din at humarap sa akin si Jimmy.*

"Alam, ko nagulat ka, pero totoo crush din kita. Panimula niya sa akin.
" Ha? HAHAHA" Naging baliw na ako hindi ko na alam ang nararamdaman ko.
" Ganito na lang para mas lalo pa kitang makilala magkita tayo bukas sa Library exactly at 8am hihintayin kita. Bungad sa akin ni Jimmy pagkatapos ay umalis.

5:45 PM

Nang makauwi ako sa bahay at nag-abang sa akin si Mama sa pinto. Pagpasok ko palang ay diretso na agad ang tingin niya sa akin.

" May sasabihin kaba? Panimula ni Mama sa akin.

Hindi na ako kinabahan dahil alam ko naman na sinumbong na ako ni Phia.
" Ma, okay lang ba? - Gwen
" Hindi, okay at lalong hinding - hindi magiging okay!! Malakas na boses ni Mama.
" Ma naman hayaan mo munang ipakilala ko po sa inyo si Jimmy - Gwen
" Ayoko dahil ang gusto ko atupagin mo yang pag-aaral mo, pumunta ka sa lola mo at sabihin mo sa kanya ang kalokohan mo - Mama

Dahil ayoko nang humaba pa ang diskusyon namin ni Mama ay umalis na agad ako papunta sa kwarto ni Lola.
Pagpasok ko palang ng kwarto ni Lola ay nakita ko na agad siyang nakaupo habang pinagmamasdan ang magandang bulaklak mula sa labas.
*"Lola, sabay mano kay lola.*
*" Kumusta ka ngayon apo? Bungad ni Lola Pasing sa akin.*
*" Okay na okay lola Mabilis agad akong lumapit kay lola sabay yakap sa kanya.*

*Pero natigil lang ang moment namin no lola nh biglang pumasok si Mama.*

" Ma, kausapin mo nga yang apo mo"- Mama
" May ginawa ka na naman sa Mama mo? Bungad ni Lola sabay ngiti.
" Lola may boyfriend na po ako - Gwen
" Boyfriend? - Lola Pasing

"Boyfriend Ma, kasintahan " - Mama
" Eh, sino naman ang maswerteng lalaking napasagot nitong apo ko" Bungad ni Lola kay Mama.
" Basta itigil mo na yang kahibangan mo Gwen, papuntahin mo yan bukas, mag usap kami. Malakas na sabi ni Mama pagkatapos ay umalis. Nang makaalis na si Mama ay tumawa naman kaming dalawa ni Lola.
" Apo, narinig mo ba yung sinabi ng Mama mo? - Lola Pasing
" Opo, lola - Gwen
" Huwag kang mag-alala kakampi mo ako- Lola Pasing. Sabay yakap niya sa akin.

*Pebrero 1954*

Sumugod si Gobernador Vidanez sa bahay nila Ginoong Hajimmie. Dahil sa balitang pagpapakasal ni Ginoong Hajimmie kay Binibining Gwyneth.

Kasama ni Gobernador Vidanez ang mga sundalo na nakaalalay sa kanya.

" Ginoong Hajimmie, nais lamang kitang makausap" Pagkatapos marinig nang pamilya El Valle ang boses ni Gobernador Vidanez ay agad na lumabas si Donya Veronica at si Don Emilio.

" Anong kahibangan ito Gobernador? Panimula ni Donya Veronica.
" Nasaan ang magaling at sinungaling mong anak!! Malakas na boses niya.
" Mag hinay-hinay ka sa iyong mga binibitawang salita Gobernador, baka nakakalimutan mo nasa bakuran kita" - Don Emilio.
Nang marinig ni Ginoong Hajimmie ang pagtatalo ng kanyang pamilya kasama si Gobernador ay lumabas na rin ito.

" Paumanhin Gobernador, ngunit Gwyneth lamang ang aking mamahalin at pakakasalan" - Bungad ni Ginoong Hajimmie.

" Hindi ka ba naaawa sa anak ko? Ang matalik mong kaibigan? - Gobernador

" Patawad Gobernador" - Ginoong Hajimmie

" Huwag mong painitin ang ulo ko Ginoo dahil baka hindi matutuloy ang iyong kasal" Malakas na boses ni Gobernador Vidanez, pagkatapos ay umalis.

" Huwag mong takutin ang anak ko" - Donya Veronica.

## 2016

# KINABUKASAN

**4:35 AM**
Nang magising ako o well ayokong pinaghihintay ang boyfriend ko, magkikita kami ngayon ni Jimmy at dapat maging maayos at presentable ang isusuot ko. Pero bago ako nag-ayos ay naglinis muna ako sa labas, gusto kung mag effort kay Mama para naman makita niyang nagbago na ako, like ito na yung anak mo binago ng isang tao char!! Syempre para hindi na siya magalit sa akin.

Pagkatapos kung maglinis ay naligo na ako at nag-ayos. Sa kwarto ni Lola Pasing ako nag-ayos dahil baka biglang pumasok si Mama sa kwarto ko tapos papagalitan na naman ako, may sasabihin na naman na paulit- ulit.

Buti na lang ay gising na si Lola para makipag chikahan sa akin. O diba? Naging tsismosa na lola ko. Pero mahal na mahal ko to, ito lang yung lola ko na kaya akong ipagmalaki sa kahit na sino at ipagtanggol.

" Apo, mag-ingat ka palagi " - Lola Pasing
" Opo Lola"
" Lagi mong tatandaan na mahal na mahal ka ni Lola"
- Lola Pasing

Pagkatapos kung magbihis at makipag chikahan kay lola Pasing ay lumabas na ako at nakita si Mama.

" Mamaya, huwag mong kalimutan" - Mama
" Sige Ma, Mauna na po ako Ma- Gwen sabay yakap.

# KABANATA TATLO LIBRARY

Nakaupo na ako sa loob ng library at hinihintay si Jimmy. 8:40 na bakit wala pa rin siya.
Ilang minuto ay ginulat niya ako. Nauna na pala siya sa akin at nagtago sa mga bookshelves. Pagkatapos ay umupo na siyang nakaharap sa akin.

"Jimmy, pwede bang magtanong? Panimula ko sa kanya na may malumanay na boses.
" Yes? - Jimmy
" Bakit dito? -Gwen
" Bakit hindi? Naisip ko lang kasi na mas tahimik at komportable dito at huwag kang mag-alala hindi naman tayo magtatagal, mamaya mamamasyal tayo" Bungad niya sa akin na may kasamang ngiti.

# BINIBINING GWYNETH

"Masaya kaba?" - Jimmy

Sa isip ko

Hindi agad ako nakasagot dahil nanginginig ang tuhod ko hanggang ngayon kasi hindi pa rin ako makapaniwala na Boyfriend ko na si Jimmy, ang bilis ng pangyayari pero bakit ako? ganito na ba talaga ako ka ganda, ka swerte para biyayaan ng maaga? char!!

" Ah,.. Oo naman. Panimula ko sabay ngiti.
" Ah,.. Jimmy pwede ba akong magtanong ulit?
"Oo naman - Jimmy
" Bakit ako? I mean ang daming magaganda at super class dito sa campus pero bakit ako? Pag-amin ko kay Jimmy
" Yan ba ang sukatan mo ng pagmamahal kaya naninibago ka? - Jimmy
" Hindi naman sa ganon" - Gwen
" Naiintindihan kita, at pinili kita kasi iba ka sa kanila, oo hindi pa kita gaanong kilala pero yun naman talaga diba? pag may gusto ka, " mahalin mo siya hindi dahil

kilala mo na siya kundi dahil gusto mo pa siyang makilala"

Pagkatapos magsalita ni Jimmy ay niyakap ko agad siya ng mahigpit.

ALAPAAP
Song by Eraserheads

*May isang umaga na tayo'y magsasama*
*Haya at halina sa alapaap*
*O anong sarap*
*Hanggang sa dulo ng mundo*
*Hanggang maubos ang ubo*
*Hanggang gumulong ang luha*
*Hanggang mahulog ang tala*
*Masdan mo ang aking mata*
*'Di mo ba nakikita*
*Ako ngayo'y lumilipad at nasa langit na*
*Gusto mo bang sumama*
*Hindi mo na kailangan ang magtago't mahiya*
*Hindi mo na kailangan humanap ng iba*
*Kalimutan lang muna*
*Ang lahat ng problema*
*Huminga ka ng malalim at tayo'y lalarga na*
*Handa na bang gumala*
*Paparapapa papa la oh*

*Ang daming bawal sa mundo (ang daming bawal sa mundo)*
*Sinasakal nila tayo (sinasakal nila tayo)*
*Buksan ang puso at isipan (buksan ang puso at isipan)*
*Paliparin ang kamalayan (paliparin)*
*Masdan mo ang aking mata*
*'Di mo ba nakikita*
*Ako'y lumilipad at nasa alapaap na*
*Gusto mo bang (gusto mo bang)*
*Gusto mo bang (gusto mo bang)*
*Gusto mo bang (gusto mo bang)*
*Gusto mo bang (gusto mo bang)*
*Gusto mo bang (gusto mo bang)*
*Gusto mo bang (gusto mo bang)*
*Gusto mo bang (gusto mo bang)*
*Gusto mo bang (gusto mo bang)*
*Sumama*

Kung saan-saan lang kami namasyal at kumain ni Jimmy sa isang **mall**, sa sikat na fast **food chain** at ang huli ay ang simbahan.

Nakaluhod kaming dalawa.

" Masaya kaba? - Jimmy
" Sobra mo akong pinasaya" - Gwen
" Pinapangako ko na hindi kita **sasaktan** at magiging tapat ako sayo" - Jimmy

" Alam mo ang pinaka masakit na gagawin sa akin ng isang tao ay yung **lulukuhin** ako, at alam ko na hindi mo magagawa yun sa akin. Bungad ko kay Jimmy sabay yakap.

Limang minuto din bago kami nakalabas ng simbahan ni Jimmy, at bumili muna kami ng **sampaguita** bago pumasok sa kanyang sasakyan.
May isa pa akong hindi sinasabi kay Jimmy at yun ay tungkol sa pamilya ko, pero kahit kinakabahan ako ay sinabi ko pa rin sa kanya na gusto siyang makilala ni Mama.

8:57 PM

Pinaupo ni Mama si Jimmy sa malaki naming lamesa na may nakahandang mga pagkain. At doon nagsama-sama ang aking pamilya pati na rin si Lola Pasing.

" Tunay ba talaga ang pagmamahal mo sa aking anak? Panimula ni Mama kay Jimmy
" Opo, tunay - Jimmy
Tumayo si Lola Pasing pagkatapos magsalita ni Jimmy at niyakap niya ito.
" Alagaan at ingatan mo siya" - Lola Pasing
" Jimmy Po Lola - Gwen

" Ma, pinapangako ko po na kahit pumasok na ako sa ganitong sitwasyon hindi ko pa rin po iiwan ang pag-aaral ko" -Gwen Pagkatapos kung magsalita ay ngumiti si Mama sabay yakap sa akin.

*Pebrero 1954*

Nagkita sa isang hardin sina Binibining Gwyneth at Ginoong Hajimmie, doon ay labis ang pag-alala ng Binibini sa kanyang kasintahan.
" *Hindi ko na alam mahal ko, naguguluhan na ako, paano kung saktan ka ng Gobernador, paano na lang ako? Ang ating pag-iisang dibdib? - Panimula ni Binibining Gwyneth na hindi mapakali.*
" *Huwag mo akong alalahanin mahal ko, kakausapin ko na lang ang Gobernador baka sakaling magbago ang isip niya*" - *Ginoong Hajimmie pagkatapos mag salita ng Ginoo ay agad siyang niyakap ng dalaga.*

**2016**

**9:50 PM**

Sa labas ng bahay kung saan hinatid ko si Jimmy.
" Pasensya kana sa pamilya ko ha?" - Bungad ko kay Jimmy na kaharap siya.
" Okay lang sanay naman ako eh" - Jimmy
" Sige na baka may gagawin ka pa" - Gwen nang matapos akong magsalita ay niyakap ako ni Jimmy ng mahigpit pagkatapos ay pumasok na siya sa kanyang kotse at umalis. Ilang segundo din ng dumating ang matalik kung kaibigan na si Maria.

" Besti! Bungad ko sabay yakap.
" Masaya kana ba? Panimula ni Maria.
"Ha? teyka paano mo nalaman?" - Gwen
" Ang ibig kung sabihin masaya kaba talaga kay Jimmy na **pinafollow** mo siya tapos hindi ka niya **pinafollow**" Bungad sa akin ni Maria.
" Kami na - Pag amin ko kay Maria.
" Talaga?!! Wow ha? teyka paano nangyari yun? - Maria
" Pasok ka loob, doon tayo sa kwarto ko mag-usap - Gwen

*Nobyembre 1954*

Nakatulala habang pinagmamasdan ni Binibining Gwyneth ang labas ng kanilang bahay, napansin siya ni Donya Isabela kaya lumapit ito para kausapin ang dalaga.
" May gumugulo yata sa iyong isipan? - Panimula ni Donya Isabela
" Kung saan masaya na kami, saka pa mangyayari ito" - Mahinang boses ni Binibining Gwyneth
" Lakasan mo ang iyong loob anak" - Donya Isabela
" Ayoko na isang araw makikita ko na lamang ang aking mahal na meron ng iba. At ako'y labis na masasaktan " Binibining Gwyneth pagkatapos magsalita ng dalaga ay lumapit si Donya Isabela at niyakap siya.

Sa bahay ng Gobernador
 kung saan nakiusap si Ginoong Hajimmie na tanggapin ng Gobernador ang kanyang desisyon na si Binibining Gwyneth ang kanyang pakakasalan at hindi ang anak nito. Nakaupo ang dalawa na may hawak na bote ng **wine**.
" May usapan tayo at yun ay nilabag mo?!! Sinaktan mo ang anak ko" - Panimula ni Gobernador Vidanez.
" Ngunit yun ay hindi ko sinang ayunan at ikaw ang may gusto na ibigin ko ang iyong nag iisang anak na

kahit ako'y walang pagmamahal sa kanya" Bungad ni Ginoong Hajimmie

" Talagang ginagalit mo ako Ginoo" - Gobernador Vidanez. Tumayo ang Gobernador pagkatapos magsalita at tinapon ng malakas ang bote sa sahig.

## 2016

KINABUKASAN

Nagluto ako nang pang-agahan namin, syempre maaga akong gumising. Kailangan kung ipakita kay Mama na marunong na ako sa gawaing bahay at hindi na niya ako kailangan utusan sa mga bagay na kaya ko na mang gawin, wala inspired lang ako.

*Disyembre 1954*

*Hindi nakumbinsi ni Ginoong Hajimmie ang Gobernador sa kanyang desisyon na si Binibining Gwyneth ang kanyang pakakasalan kahit umabot na ng isang buwan. Kaya nagpasya silang itigil muna ang kanilang nalalapit na kasal.*

*" Ito lamang ang tangi kung nakikitang solusyon para hindi na lumaki pa ang hidwaan sa pagitan ninyu ng Gobernador"* Bungad ni Binibining Gwyneth sa Ginoo.
*" Patawarin mo ako aking irog"* Panimula ng Ginoo

*"Hayaan mo, sa lalong madaling panahon, matatapos din ito at maitutuloy na natin ang ating pag-iisang dibdib"*


Sa bahay ni Gobernador Vidanez

Na kung saan masayang binalita ng Gobernador sa kanyang anak na hindi na matutuloy ang kasal nina Binibining Gwyneth at Ginoong Hajimmie.

" Maraming salamat, Ama ko " - Bungad ni Binibining Yasmin
" Mahal na mahal kita anak ko at gagawin ko ang lahat mapasaya ka lang"- Gobernador Vidanez
"Magiging mas masaya lang ako Ama kung magpapakasal sa akin si Ginoong Hajimmie."
" Darating din tayo diyan, pero sa ngayon kailangan mo munang maging kalmado" - Gobernador Vidanez

## 2016

Papunta ako sa kwarto ni Lola Pasing dala ang isa sa mga niluto ko. Ang paboritong adobo ni Lola. Pero hindi pa nga ako nakapasok ng kwarto ay may narinig akong isang umiiyak. Napalingon ako sa gilid at likuran pero wala akong makita. Hanggang sa pumasok nalang ako, at nakita ko si Lola na umiiyak. Mabilis kung nilapitan si Lola.

" Lola bakit po? Bungad ko. Sabay hawak ng kanyang mukha.
" Na miss ko lang Lolo mo"
" Ako din po, miss na miss ko si Lolo Indoy, lola kung puntahan kaya natin siya bukas? - Gwen
" Mahina na ako Apo, kung pwede ikaw nalang, ikamusta mo na lang ako sa Lolo mo" - Lola Pasing

Sa bagay sa edad na 80 ayoko ng pahirapan pa si Lola.
" Apo, baka madaan mo doon yung paborito naming kainin ng Lolo mo, bumili na kana rin para sa akin" - Lola Pasing
" Ang mahiwagang suman ni Aling Tarsing" Pabiro ko kay Lola na pagkatapos ay tumawa naman ng malakas.

# KABANATA APAT SIKRETO

KINABUKASAN

Maaga akong gumising, para pumunta sa sementeryo kasama si Maria.

" Hi, Lolo kumusta na po kayo, alam niyo po Lolo miss na miss na po kayo ni Lola. Umiyak po siya kagabi dahil naaalala kayo" Panimula ko habang nakatingin sa Lapida ni Lolo Indoy.

Naglakad kami palabas ng sementeryo pagkatapos kung kausapin si Lolo Indoy.
" Kumusta kayo ni Jimmy? Panimula sa akin ni Maria.
" Ay, oo nga pala nakalimutan ko tatawagan ko pala siya" - Gwen

Binuksan ko ang bag ko para kunin ang cellphone, at ng mabuksan ko ito ay nakita ko ang message ni Jimmy.

Tumulo ako ang luha ko ng makita ko ang message ni Jimmy.
" Hoy! Anong pag-iinarte yan?" Bungad sa akin ni Maria.

" May lagnat ang boyfriend ko" - Gwen sabay yakap kay Maria.
" Jusko, akala ko naman na aksidente, alam mo gwen mahal na mahal mo talaga si Jimmy"- Maria

Sa isip ko

Alam mo yung feeling na sa sobrang pagmamahal mo sa isang tao ay minsan mababaliw kana, yung may nangyari lang sa kanya todo na ang pag alala mo, yung ayaw mo siyang masaktan na kulang nalang gusto mo siyang protektahan. O yes ganon ako magmahal.


Inakyat ko na sa taas ang binili kung paboritong suman ni Lola na may kasamang **cocoa coffee.**

" Lola, ito na po ang paborito niyo"
Nang marinig ni Lola ang boses ko ay mabilis agad siyang napatayo mula sa pagkakahiga.
" Ayan na" - Lola Pasing
" Lola, dinamihan ko na po ito para magsawa po kayo
" Pabiro ko kay lola na ngumiti naman.
Kaharap ko si Lola habang pinagmamasdan siyang kumakain at umiinom.
" Lola,may tanong lang po ako" Bungad ko.
" Ano yun apo?" - Lola Pasing

" Gaano niyo po ba kamahal noon si Lolo" - Gwen
" Mahal na Mahal ko ang Lolo mo, dahil binigyan niya ako ng pag-asa na maniwala ng tunay at tapat na pagmamahal na kailanman ay hinding-hindi ko makakalimutan, at bukas? sa makalawa? kung papayagan na ako ng ating panginoon na umakyat sa langit, isa yun sa pinakamagandang nangyari sa buhay ko dahil makikita ko na ang taong nagbigay sa akin ng tunay na pagmamahal na hindi ko nakita sa iba. Bungad ni Lola Pasing sabay tulo ng mga luha. Tumulo din ang luha ko pagkatapos magsalita ni Lola. Parang may kirot akong naramdaman sa sinabi niya.

*Disyembre 1954*

*Nagkaroon ng kaguluhan sa bayan ng San Hermulo na kung saan pinagbabaklas ng mga guwardiya ang mga produkto ng ilan sa mga kasapi ng bayan, iniutos kasi ng Gobernador na layong magbigay ng bagong adhikain na tutulong sa ekonomiya at puhunan ng bayan kung makikipag alyansa ang Gobyerno sa mayayamang negosyante at hindi sa sariling nasasakupan.*

Maraming bata ang nasaktan, nasugatan at mga negosyo ang nasira. Kabilang na dito ang negosyo ng Pamilya ni Binibining Gwyneth na Abaniko.

Ano nga ba ang Abaniko?

*Ang abaniko ay isang uri ng pamaypay na natitiklop. Karaniwan itong yari sa manipis na kahoy at mayroong nakadikit na manipis na tela na nagsisilbing panghawi ng hangin patungo sa direksiyon na pinag-uukulan. Itinutukoy ng abaniko ang tradisyunal na pamaypay na gawa sa mga dahon ng halamang abaniko. Hugis puso ang anyo nito at madalas nilalagyan ito ng iba't ibang kulay, tulad ng dilaw at mga disenyong parang rosas. Madalas gamitin ito ng mga babae noong panahon pa lamang ng mga Kastila. Ang abaniko rin ay isinasama sa kabuuan ng pambansang kasuotan ng babae sa Pilipinas.*


Nang mabalitaan ng pamilya ni Binibining Gwyneth ang nangyari ay agad na sumugod ang kanyang Ama na si Don Emillio sa bahay ni Gobernador Vidanez.
" Bawiin mo ang iyong desisyon!! Malakas na pagkakasabi ni Don Emillio na kaharap ang Gobernador.

" Wala na akong magagawa Emillio, sapagkat yun ang desisyon ng ating kunseho ang makipag alyansa sa ibang dayuhan para sa kapakanan ng ating bayan" - Gobernador Vidanez
" Hindi, hindi kami papayag" - Don Emillio
" Sige, kaya ko namang ibigay ang gusto mo kung pagbibigyan mo ang aking kahilingan"- Pakiusap ni Gobernador Vidanez.
" At ano yun?- Don Emillio


**2016**

Pinuntahan ko si Jimmy sa bahay nila. At pagpasok ko palang ng bahay ay sinalubong na agad ako ng kanyang Ina.
" Goodmorning, Gwen, right? Panimula niya sa akin na may ngiti.
Nagmano muna ako bago nagsalita.
"Opo"
" Hinihintay kana ni Jimmy sa taas"
Pagkatapos magsalita ng ina ni Jimmy ay yumuko ako sa harap niya at umalis.
Naging maingat ako sa paghakbang ng aking mga paa dahil alam kung nagpapahinga si Jimmy. Pero ng binuksan ko na ang pinto ay hindi ko siya nakita, yun

pala ay nagtago siya sa likod ng pintuan para gulatin ako.

" Alam mo grabe ka, nilagnat ka na nga kalokohan pa rin yang laman ng utak mo" - Panimula ko sa kanya.

Inalalayan ko siyang makaupo sa kama at umupo na rin ako.

" Kumusta ka? - Gwen

" Okay na ako- Jimmy

" Anong okay, magpagaling ka - Gwen

" Okay na ako pramis sabay yakap sa akin.

Limang segundo ng biglang tumunog ang phone ni Jimmy at bumukas ito na may nakita akong isang pamilyar na pangalan

" MARIA "

" Maria? magkakilala kayo? Panimula ko kay Jimmy" Diretso ang tingin ko sa kanya.

" Gwen, may sasabihin lang sana ako sayo" - Bungad ni Jimmy. Napatayo naman ako at sumunod naman siya.

" Huwag mong sabihing…. Hindi ko na tinapos pa ang aking sinabi at sa halip ay lumabas agad ako. Sinundan naman ako ni jimmy pero tumakbo ako at umalis.

" Gwen sandali!! Malakas na boses ni Jimmy.

Sa bahay na kung saan inatake ng kanyang Asthma si Lola Pasing

Ano ba ang Asthma?

**Asthma** is a chronic lung disease affecting people of all ages. It is caused by inflammation and muscle tightening around the airways, which makes it harder to breathe.
For some people, asthma is a minor nuisance. For others, it can be a major problem that interferes with daily activities and may lead to a life-threatening asthma attack.

Asthma signs and symptoms

Shortness of breath
Chest tightness or pain
Wheezing when exhaling, which is a common sign of asthma in children
Trouble sleeping caused by shortness of breath, coughing or wheezing
Coughing or wheezing attacks that are worsened by a respiratory virus, such as a cold or the flu

Asthma signs and symptoms that are more frequent and bothersome
Increasing difficulty breathing, as measured with a device used to check how well your lungs are working (peak flow meter)
The need to use a quick-relief inhaler more often

Mabilis na isinugod sa malapit na hospital si Lola Pasing Kasama ang Ina ni Gwen.


Pumunta ako sa bahay nila Maria at paglabas palang niya ng Gate ay sinampal ko agad siya ng mabilis.
Nagulat siya at dumeretso ang tingin sa akin.
" Alam mo naman siguro diba?" - Gwen
" Gwen, hayaan mo muna akong magpaliwanag"- Maria
" Sige, bigyan mo ako ng matibay na dahilan kung bakit pa kita kikilalanin na kaibigan ko" - Gwen
" Oo, totoo naging kami si Jimmy dati pero gwen, ginawa ko lang naman ito para tulungan ka, pasayahin ka dahil mahal kita" - Bungad sa akin ni Maria.
" Ang ano?!! Ang lokohin ako? All this time niloloko niyo lang pala ako?!! Galit na pagkakasabi ko sabay iyak. Alam mo naman Maria diba? na gusto ko lang ng tunay na pagmamahal pero bakit?!! bakit ka

nagsinungaling sa akin?!! Kaibigan kita diba?!! Napahagolhol sa iyak si Gwen kaharap si Maria.
" Nakipagkasundo lang naman ako sa kanya, dahil gusto kung pasayahin ka, kasi mahal kita, dahil kaibigan kita Napahagolhol naman sa iyak si Maria
" Akala ko totoo na eh, akala ko yun na, pero hindi pala kasi inutos mo lang sa kanya ang pagmamahal na akala ko siya ang may gawa nun? ang mga salitang binitawan niya para sa akin na akala ko totoo yun?!! - Gwen
" Gwen patawarin mo ako" Pagkatapos mag salita ni Maria ay umalis na agad ako.

Sa Isip ko

Akala ko tunay ang pagmamahal niya sakin.
Akala ko tunay kung kaibigan si Maria
Isa lang naman ang gusto ko, yung magpapakatotoo sa akin at yun ay sinira niya.


Sa Ospital na kung saan humahagulhol sa iyak ang Ina ni Gwen.

"Ma, lumaban ka, Ma"

*Disyembre 1954*

*Sa isang madilim na sulok ng bahay ni Gobernador Vidanez na kung saan ang mga lampara lang ang nagpapaliwanag nito.*

*Lampara*

*Apoy, langis at lampara. Tatlong salitang may koneksyon sa isa't isa. Ang lampara, na kadalasang ginagamit noong unang panahon, ay nakapagbibigay liwanag sa pamamagitan ng apoy at ng langis. Tulad ng isang lampara, ang isang nasyon ay magkakaroon lang ng liwanag kung kasing lakas ng nagliliyab na apoy at kung kasing mabisa ng langis ang damdamin at paninindigan ng mga mamamayan nito.*

Nakaupo sina Don Emillio at Gobernador Vidanez sa isang malaking lamesa na kaharap ang isa't isa.

" Simple lang naman ang gusto ko para bumalik ang negosyo mo Emillio" - Gobernador Vidanez
" Ano yun"
" Huwag mong pahintulutang maikasal ang anak mo at si Ginoong Hajimmie" sa madaling sabi, ilayo mo ang iyong anak sa Ginoo" Pagkatapos marinig ni Don Emillio ang gustong mangyari ni Gobernador

Vidanez ay nagulat ito at diretso ang tingin sa Gobernador'

" Hindi ko pwedeng gawin ang ninanais mo, anak ko ang iyong pinag uusapan ang kanyang kaligayan" - Don Emillio

" Bahala ka, isipin mo nga paano mo mabibigyan ng kaligayan ang iyong anak kung mawawalan na kayo ng negosyo? anong ipapakain mo kay Donya Isabela at sa Binibini? Buhangin? Isang butil ng bigas? HAHAHAHA - Gobernador Vidanez

" Huwag mo akong tinatakot "- Don Emillio

" Hindi kita tinatakot, Emillio sa katunayan nga ay iniisip ko ang kapakanan ng iyong pamilya mag-isip ka"

Pagkatapos mag salita ng Gobernador ay mabilis na umalis si Don Emillio.

## 2016

GWEN

Umiiyak akong nakahiga sa kwarto ko, hindi lang kasi ako makapaniwala sa nangyari, nagsinungaling sa akin si Maria at hindi totoong mahal ako ni Jimmy. Alam mo yung feeling na mapagmahal kang tao tapos aabusin ka ng iba na, parang wala kang silbi sa kanila.

Limang minutong ka dramahan, ng biglang may **nagliwanag** sa loob ng aking bag. Isang **nakakasilaw** na liwanag na nagmumula sa loob nito. Binuksan ko ang aking bag at doon biglang naglaho ang aking katawan, at hindi ko na alam kung anong nangyayari sa akin.

Sa isang coffee shop na kung saan magkaharap na nag-uusap sina Jimmy at Maria.

" Patawarin mo ako, nadamay ka pa sa gulo ko" Panimula ni Maria kay Jimmy
"Alam mo totoong mahal ko na siya, oo dati inaamin ko nakakairita siya, nung nakiusap ka sa akin na mahalin ko siya na kahit pagpapanggap lang, pero habang tumatagal mas lalo ko siyang nakilala bilang siya, mapagmahal, maalaga at higit sa lahat napaka totoo niyang tao" - Bungad ni Jimmy.
" Gusto kung humingi ng tawad sa kanya, kasi niloko ko siya, hindi ako naging mabuting kaibigan sa kanya - Maria. Pagkatapos magsalita ni Maria ay agad naman siyang niyakap ni Jimmy.

*Disyembre 1954*

*Gwen*

*Nagising ako sa isang damuhan. Sumisigaw, at napatingin kung saan-saan. Anong lugar ba ito? Nasaan ako? Bakit ako napunta dito? Tanong ko sa sarili ko. Naglakad-lakad ako hanggang sa may makita akong isang maliit na bahay na gawa sa* **nipa** *at* **kahoy**.

*NIPA*

*Ang nipa ay isang mahalagang halaman sa Pilipinas. Ang iba't ibang bahagi ng halamang ito ay ginagamit sa paggawa ng maraming uri ng produkto. Ang halaman ay maliit lamang na karaniwang tumutubo sa mga maputik na sapa, gilid ng ilog, at bukana ng ilog papuntang dagat. Ang mga dahon nito ay kahalintulad ng niyog habang ang bulaklak ay bilog at may malalaking buto.*

*Nilapitan ko ang maliit na bahay at doon nakita ko ang isang pamilya na abala sa paghahanda ng kanilang makakain.*
*" Hello po ate? Pwede bang magtanong? Panimula ko sa Babae na may mahahabang damit.*
*" Ano ang iyong nais? Binibini?"*

Sa isip ko

Ano ba to, Joke time ba to? Anong binibini HAHAHA ito talagang si ate ang galing-galing umarte.

" Ah, ate itatanong ko lang po sana nasaan po tayo? Anong lugar po ito? Bungad ko na kaharap si ate.
" Nandito ka sa bayan ng San Hermulo."
" San Hermulo?" - Gwen

Patingin- Tingin ako sa aking paligid ng makita ko ang isang pamilyar na mukha. Ang mukha ng matanda na nagbigay sa akin ng libro. Dali-dali agad akong umalis patungo sa matandang babae.

" Lola, sandali" - Gwen buti naman at huminto si Lola.
" Lola, ako po ito yung nagbigay po ng tubig sa inyo? Pakiusap ko kay Lola ba nakatingin sa akin.
" Oo naman naaalala kita, ang kabaitan mo pa naman ay aking makakalimutan?" Panimula niya sa akin na may pag ngiti
" Lola nasaan po tayo? Anong lugar po ito?" - Gwen
" Nandito ka sa bayan ng San Hermulo at dito makikilala mo ang iyong pinaka mamahal na Lola" Bungad ni Lola sa akin.

" Si Lola Pasing?" - Gwen
" Ako nga pala si Lola Minda"
"Gwen po"
" Ah, Lola Minda, bakit po? ano pong kinalaman ko, at bakit po ako nandito at bakit kilala niyo po ang Lola ko"-Gwen
" Ikaw, ang magbibigay daan para magpaalam sa unang minahal ng iyong Lola" - Lola Minda
" So, my Prince Charming Pala si Lola dito?
" Ako si Minda isa akong salamangkera, pero ang aking kapangyarihan ay hindi ko ginagamit sa kasamaan sapagkat ginagamit ko ito sa kabutihan "- Loa Minda

Ano ang salamangkera o salamangkero?

Ang salamangkero kung lalaki at salamangkera kung babae ay nagmula sa salitang 'salamanca', salitang Espanyol na tumutukoy sa isang lugar sa Espanya na sinasabing lugar, kadalasan ay kuweba sa mga burol, kung saan laganap ang pagtuturo ng mahika o salamangka.

" Lola Minda makakabalik pa ba ako sa mundong kinagisnan ko? - Gwen

" Makakabalik ka lamang kung tapos na ang iyong misyon dito sa **San Hermulo** pero kung gusto mong manatili dito ay maaari din" - Lola Minda

" Lola, saan ko po mahahanap yung sinasabi niyong Prince Charming ni Lola?" - Gwen Tanong ko kay Lola sabay ngiti
" Sa lahat ng pwede mong itanong sa akin yung prince charming talaga ng lola mo ang inuna mo" Pabiro ni Lola Minda

Natawa naman ako, may pagka kalog din itong si Lola huh. Pero sa totoo lang naeexcite amk na kinakabahan, naeexcite ako dahil sa lahat ng Apo ni Lola ako lang yung may pag-asang makita ang Prince Charming niya at ang pagiging dalaga ni Lola Pasing.

" Halikana, may pupuntahan tayo, umiikot ang oras " - Lola Minda

Naglakad - lakad kami ni Lola Minda Hanggang sa makarating kami sa isang malaking bahay na napapalibutan ng magagandang bulaklak.
" Ang ganda naman ng bahay niyo Lola"Panimula ko.
" Hindi sa akin ito" Bungad niya.
" Eh, kung ganon."

" Binibini? Boses na nagmumula sa likod ko" Napalingon ako at doon nakita ko ang isang napaka gwapong lalaki na parang gusto ko ng mamatay, Joke!! Susmaryosep

"Sino bang hindi mahihimatay sa sobrang gwapo nito" Lola Pasing nakapa swerte mo ang haba ng hair mo Lola.

Ngunit ng bumalik akong tignan si Lola Minda ay bigla itong nawala.
Pinahamak niya ako, grabe si Lola Minda.

" Mahal ko, Napa rito ka? - Tanong ni Pogi.

Pogi nalang ang itatawag ko sa kanya kasi hindi ko naman alam kung anong pangalan niya kaya Pogi nalang.

"Ah...Nagkakamali ka, hindi ako si Lola Pasing. Panimula ko sa kanya.
" Lola Pasing?
"Ah.. Si Lola? Diba kilala mo siya? yung iniibig mo yung Princess mo" - Gwen

Jusmiyo paano ba to' Lola Minda nasaan kaba, ayoko na dito.

" Mahal, baka nagugutom ka lang halika na't ipaghahanda kita" Bungad niya.

" Magandang Hapon Ginoong Hajimmie"
Pagbati sa kanya ng mga taong dumadaan.

Sa isip ko

Ginoong Hajimmie ang pangalan niya? infairness ha? ang cute pero hindi pwede ito Lolo yan bata ka hindi pwede to"

" Saan kaba galing irog ko at bakit ganyan ang suot mo? - Ginoong Hajimmie

" Ah.. Sige mauna na ako Ginoo maraming salamat alam mo kahit gwapo ka, gwapo ka talaga" Pabiro ko sa lalaki.
Pagkatapos kung magsalita ay lumapit si Ginoong Hajimmie sa akin.

" Alam kung mahirap para sayo ang ating sitwasyon, Pero pinapangako ko mahal, hinding-hindi kita iiwan" - Ginoong Hajimmie. Hinawakan niya ang aking mga kamay sabay halik nito.

Sa isip ko.

"Naku... May nagsabi na din nito sa akin, pero wala, niloko ako. Lola patawarin mo ako nababaliw na ako sa lalaking ito"

Pagkatapos ay mabilis kung kinuha ang aking kamay sabay takbo ng mabilis.

" Mahal ko, hintay. Binilisan ko ang aking pagtakbo para hindi na ako sundan pa ni Ginoong Hajimmie

# KABANATA LIMA SI LOLA MINDA

Buti nalang talaga at nakawala ako dun, hingal na hingal ako bunga ng aking pagtakbo.

" Ba't ka tumakbo? Isang pamilyar na boses na nagmumula sw aking likod. At si Lola Minda lang pala.

" Lola, bakit mo ako iniwan" Sabay yakap kay Lola.

" Bakit mo tinakbuhan ang Ginoo?" - Lola Pasing

" Yun ba yung sinasabi mo Lola na unang minahal ni Lola Pasing?" - Gwen

" Oo si Ginoong Hajimmie "- Lola Minda

" Okay, ang gwapo niya ang haba ng hair ni Lola" - Gwen

" Gwen, meron ka lamang isang araw para maisakatuparan mo at makapagpaalam ka sa unang minahal ng iyong Lola na si Ginoong Hajimmie"

" Teyka, sandali hindi ko ma gets Lola, bakit ako? Eh bakit hindi na lang kaya si Lola"

" Hindi nakapag-paalam ang iyong Lola kay Ginoong Hajimmie, at ang tadhana nila ay hindi na kailanman maibabalik, pero kayang magbago nito" - Lola Minda

" Ang ibig mong sabihin Lola, hindi nakapag-paalam si Lola Pasing kay Ginoong Hajimmie at hindi na

pwedeng ibalik ang nakaraan na yun at ako ang dinala mo dito para ako ang gagawa nun?
" Oo tama ka"
Dahil ang kanilang pag iibigan ay puno ng kaligayan at pagmamahal ang kapangyarihan ng pagpapaalam ay mag-uugat ng alaala ng isang tao na kung saan hindi-hindi niya ito makakalimutan kailaman. - Lola Minda
" Pwede ko bang makita si Lola?" - Gwen
"Sumama ka sa akin"- Lola Minda

## 2016

Hindi pa rin gumigising si Lola Pasing. At humahagolhol na sa pag-iyak ang ina ni Gwen.

"Ma, gumising na po kayo, Ma, gising na po, Mahal na Mahal kita Ma, kaya please ma gumising kana.

*Disyembre 1954*

Ipinakita sa akin lola Minda ang mukha ni Lola Pasing. At nagulat ako magkamukha kami ni Lola.

" Hindi ko akalain na magkamukha kami ni Lola" - Gwen

" Hindi mo ba talaga alam, kung bakit mahal na mahal ka ng Lola mo, dahil nakikita niya ang sarili niya sayo"- Lola Minda

Nagtago kami ni Lola Minda sa maraming bulaklak, habang pinagmamasdan ang mukha ni Lola sa may bintana. At ilang minuto ay may mga Guwardiya Sibil ang dumating sa bahay nila Lola Pasing.

**2016.**

Nakahiga si Jimmy habang pinagmamasdan ang litrato nilang dalawa ni Gwen.

*Leaves*
*By Ben&Ben*

*I can think of all the times*
*You told me not to touch the light*
*I never thought that you would be the one*
*I couldn't really justify*
*How you even thought it could be right*
*Cause everything we cherished is gone*
*And in the end, can you tell me if*
*It was worth the try, so I can decide*

*Leaves will soon grow from the bareness of trees*
*And all will be alright in time*
*From waves overgrown come the calmest of seas*
*And all will be alright in time*
*Oh, you never really love someone until you learn to forgive*
*Try as hard as I might*
*To flee the shadows of the night*
*It haunts me and it makes me feel blue*
*But how can I try to hide*
*When every breath and every hour*
*I still end up thinking of you?*
*And in the end, everything we have makes it worth the fight*
*So, I will hold on for as long*
*As leaves will soon grow from the bareness of trees*
*And all will be alright in time*
*From waves overgrown come the calmest of seas*
*And all will be alright in time*
*Oh, you never really love someone until you learn to forgive*
*I never thought that I would see the day*
*That I'd decide if I should leave or stay*
*But in the end what makes it worth the fights*
*That no matter what happens we try to make it right*
*Leaves will soon grow from the bareness of trees*
*And all will be alright in time*
*From waves overgrown come the calmest of seas*
*And all will be alright in time*
*Wounds of the past will eventually heal*

*And all will be alright in time*
*'Cause all of this comes with a love that is real*
*I said all will be alright in time*
*I said all will be alright in time*
*I said all will be alright in time*
*All will be alright in time*
*Oh, you never really love someone until*
*You learn to forgive*
*You learn to forgive*
*Learn to forgive*

*Patawad Gwen hindi ko agad nakita sayo ang pagmamahal na gusto mo dahil ang nakikita ko ay ang totoong ikaw, sana mapatawad mo ako at magsimula tayong muli, magsimula tayong ako naman ang totoong magmamahal sayo"*


*Disyembre 1954*

*Inakusahan ang Ama ni Binibining Gwyneth o si Lola Pasing na nagnakaw ng malaking halaga sa Gobyerno at nagpahirap sa kanyang mga tauhan. Kaya agad na sumugod ang mga Guwardiya Sibil para damputin si Don Emillio*

*"Kasinungalingan ito!! hindi ko magagawang lapastangan ang ating bayan"* Galit na pagkakasabi ni Don Emillio sa mga Guwardiya Sibil.
*"Sa Gobernador na po kayo magpaliwanag"*

*Iyak ng iyak si Binibining Gwyneth habang pinagmamasdan ang kanyang ama. Si Donya Isabela naman ay pilit na pinatatag ang kanyang sarili, ayaw kasi niyang makita siya ni Don Emillio na mahina. Kaya pinapatatag niya ang kanyang sarili sa mga nangyayari.*

*" Wala akong ginagawang masama!! Malakas na boses ni Don Emillio*

*Nang mabalitaan ni Ginoong Hajimmie ang sinapit ni Don Emillio ay agad itong pumunta sa bahay ni Gobernador Vidanez para makiusap.*

*" Nakikiusap ako sayo Gobernador itigil mo nato, palayain mo na ang ama ng aking mahal." - Ginoong Hajimmie*
*"Magagawa ko lang naman yun eh, kung papayag kang pakasalan ang anak ko. " Bungad ng Gobernador*

*Masakit man sa kalooban, pero ng malaman ito ni Binibining Gwyneth ay agad na nag-usap ang dalawa.*

*" So ano na po ang mangyayari? Bungad ko kay Lola Minda habang nakaupo sa malaking bato"*
*" Basta maghintay ka lang - Lola Minda.*

Binibining Gwyneth

" Ako'y nasasaktan, naguguluhan na parang gusto kung sumigaw at makawala sa sakit. Hindi ko akalain mahal na ika'y tutungo na sa iba at ako'y iyong iiwan.

" Mahal na Mahal kita at gagawin ko ito para sayo, at sa pamilya mo" Pagkatapos mag salita ni Ginoong Hajimmie ay mabilis na hinablot ni Donya Isabela ang kamay ni Binibining Gwyneth.

" Patawarin mo ako, Ginoo ngunit kailangan kung protektahan ang anak ko. Bungad ni Donya Isabela pagkatapos ay umalis.

Nakipagkasundo muli si Ginoong Hajimmie sa Gobernador, at doon ay nakalabas si Don Emillio mula sa pagkakabilanggo ngunit Akala ng Ginoo ay makikita pa niyang muli ang kanyang pinaka mamahal na dalaga ngunit hindi na pala. Umalis na ito, umalis si Binibining Gwyneth na hindi man lang nakapag-paalam ng husto sa Ginoo. Ayon sa nakalap na balita ni Ginoong Hajimmie ay lumipat na sa ibang lugar ang pamilya ng dalaga para makapag simula muli ng panibagong buhay kasama si Binibining Gwyneth.

Pumunta ako sa bahay ng aking Lola pero hindi ko na siya nakita at ang sabi lumipat na daw ito para makaiwas sa gulo.

Sa isip ko

Hindi ko alam Lola, na ito pala ang buhay mo noon puno ng kasakiman, kapangyarihan pero higit sa lahat may pagmamahal. Patingin-tingin ako sa area ng bahay hanggang sa nakita ako ni Ginoong Hajimmie. Nagulat ako ng bigla niya akong niyakap.

" Akala ko hindi na kita makikitang muli" Bungad niya na tumulo ang mga luha.
Hindi ko alam pero biglang may naramdaman akong sakit.
" Nandito ako, para magpaalam sayo, mahal ko, huwag mo na akong isipin, alagaan mo ang iyong sarili, mag ingat ka dahil sa susunod na habang buhay, ay gusto kung ikaw pa rin ang aking makasama. Mahal na Mahal kita at lagi mong tatandaan na lagi kang nandito sa puso ko. Naiyak ako, pero bakit ko nasabi ang mga salitang yun. Pagkatapos ay niyakap ako ni

Ginoong Hajimmie. At ilang minuto ay unti-unting naglaho ang aking katawan.

## 2016

Nagising ako mula sa aking pagkakatulog at tumunog ang phone ko ng malakas. Tumawag si Mama sa akin at pinapunta ako sa ospital dahil inatake si Lola. Nagulat ako dahil bago ko pa lang nalaman ang sinapit ni Lola, kaya umalis agad ako.

# KABANATA ANIM ANG PAMAMAALAM

Nang makarating na ako ay nagiyakan na ang lahat, nirerevive na si Lola. Hindi na niya kaya, Nakita kung tumuto ang luha ni lola Pasing. Nakapikit ang mga mata nito at tumutulo ang luha.
Gusto kung pumasok, gusto kung kausapin si Lola. Humagulgol naman ako sa iyak, gayundin si Mama.

" Lola!!! Lola lumaban po kayo"

Kumpas

By Moira Dela Torre

Pa'no bang mababawi
Lahat ng mga nasabi
Di naman inakalang
Siya'y aalis lang bigla ng walang babala
Sa isang iglap
Nagbago ang lahat
Susuko na dapat nang dumating ka
Ikaw ang kumpas pag naliligaw
Ikaw ang kulay sa langit na bughaw
Sa bawat bagyo na dumadayo

Ikaw ang kanlungan na kailangan ko
Kahit hindi ko alam
Ilang beses mo akong niligtas
Dito sa hantungan ng aming wagas
Pa'nong maniniwala
Wala na sa 'king harapan
Wala naman to sa plano ako'y masaktan ng gan'to
Pa'no na eto
Sa isang iglap
Nalunod ako
Hindi ko na kayang inahon mo ako
Ikaw ang kumpas 'pag naliligaw
Ikaw ang kulay sa langit na bughaw
Sa bawat bagyo na dumadayo
Ikaw ang kanlungan na kailangan ko
At kahit nung di ko alam
Ilang beses ko akong niligtas
Dito sa hantungan ng aming wakas ah
At nung akala ko ubos na
Ikaw ang naging pahinga
Ikaw 'yung kumpas no'ng naliligaw
Ikaw kulay ka sa langit na bughaw
Sa bawat bagyo na dumayo
Ikaw ang kanlungan na nahanap ko
Kahit no'ng 'di ko alam ilang beses mo akong niligtas
Dito sa hantungan at aking wakas

Hindi na kinaya ni Lola, namaalam na siya, hinintay lang niya na makapasok ako sa nakaraan niya at makapagpaalam sa taong unang nagmahal sa kanya, Lumapit ako kay Lola.

" La, bestfriend, kakampi ko, okay na, nakapag paalam kana po, at panahon na para ika'y makapag pahinga naman, salamat Lola dahil binigyan mo ako ng pagmamahal, binigyan mo ako ng tunay na pagmamahal Lola" Sabay yakap.

*Minsan ang buhay hindi natin maintindihan, may mga pagkakataong sinusubok tayo minsan ng tadhana. Sinusubok tayo sa mga bagay na imposibleng mangyari sa atin.*

Nang mamatay si Lola Pasing o si Binibining Gwyneth ay nagkaroon ako ng panibagong pag-asa sa kasalukuyan, hindi man nagkatuluyan sa nakaraan ang lola ko at si Ginoong Hajimmie nakatagpo naman si Lola ng isang taong magbubunga ng aming lahi, tradisyon at paniniwala. At yun ay ang Lolo Indoy ko.

Sa aming dalawa naman ni Jimmy ay nagsimula ulit kami bilang magkaibigan kasama si Maria.

Pumasok ako sa kwarto ni lola Pasing at doon nakita ko ang mga litrato niya noong dalaga pa lamang siya. Pagkatapos ay isinara ko ang pinto.

Baleleng
By Roel Cortez

Tulad mo Baleleng ay isang mutya
Perlas na kay ningning anong ganda
Tulad mo'y bituin sa kalangitan
Tulad mo ay gintong kumikinang
At ako Baleleng ay isang dukha
Langit kang di abot ako'y lupa
At sayo'y nagmahal nang wagas
Kahit magkaiba ang ating landas
Kung ikaw Baleleng ang mawala
Kung ikaw Baleleng di na makita
Puso ko sa iyo'y maghihintay
Pagkat mahal na mahal kitang tunay
Kung ikaw Baleleng ang mawala
Kung ikaw Baleleng di na makita
Puso ko sa iyo'y maghihintay
Pagkat mahal na mahal kitang tunay
Puso ko sa iyo'y maghihintay
Pagkat mahal na mahal kitang tunay

## " WAKAS "

Extended Part

Naging mahina na sa kanyang tungkulin si Gobernador Vidanez dahil nagkaroon ito ng malubhang sakit dulot ng matinding paninigarilyo.

Si Ginoong Hajimmie naman ay nag-aral ng abogasya sa tulong ng mga matataas na opisyal at kaibigan ng kanyang pamilya.

Karakter

Mula sa taong 2016
Gwen
Jimmy
Maria
Phia
Becca
Lola Pasing
Lola Minda

Mula sa taong 1954

Binibining Gwyneth / Lola Pasing

Ginoong Hajimmie
Binibining Yasmin
Don Emillio
Gobernador Vidanez
Donya Isabela
Donya Veronica
Mga Guwardiya Sibil

# About the Author

**Ryan Kim Regoya**

Ako si Ryan Kim Regoya nakatira sa lungsod ng Cagayan De Oro na layong magsulat pa ng mga kwento na kapupulutan ng aral nang mga kabataan, hangad ko din na matututunan nang kung sino man ang makakabasa nito na manalig at maniwala sa kapangyarihan ng pag-ibig na ating itinataglay sa ngayon. Nagpapasalamat ako sa Ukiyoto Publishing dahil binigyan na naman nila ako ng pagkakataon na magbahagi ng bagong kwento sa lahat ng mambabasa. Na sa layong maihatid ang kaalaman sa ating mga isipan at maipamulat ito sa kanilang nasasakupan.

www.ingramcontent.com/pod-product-compliance
Lightning Source LLC
LaVergne TN
LVHW041628070526
838199LV00052B/3283